Siku moja Kuku Mdogo Mwekundu alikuwa akitembea shambani alipopata mbegu za ngano.
"Niweza panda hii ngano," alifikiri. "Lakini nitahitaji usaidizi."

One day Little Red Hen was walking across the farmyard when she found some grains of wheat.
"I can plant this wheat," she thought. "But I'm going to need some help."

Kuku Mdogo Mwekundu aliwauliza wanyama wengine shambani:
"Nani atanisaidia kupanda hii ngano?"
"Si mimi," paka alisema, "Nina kazi."
"Si mimi," mbwa alisema, "Nina kazi."
"Si mimi," bata alisema, "Nina kazi."

Little Red Hen called out to the other animals on the farm:
"Will anyone help me plant this wheat?"
"Not I," said the cat, "I'm too busy."
"Not I," said the dog, "I'm too busy."
"Not I," said the goose, "I'm too busy."

Kuku Mdogo Mwekundu na Mbegu ya Ngano

The Little Red Hen and the Grains of Wheat

Retold by L.R.Hen
Illustrated by Jago

Swahili translation by Scholastica Cashdan

"Basi nitafanya mwenyewe," Kuku Mdogo Mwekundu alisema.
Alichukuwa mbegu za ngano na akazipanda.

"Then I shall do it all by myself," said Little Red Hen.
She took the grains of wheat and planted them.

Mawingu yalinyesha na jua likawaka. Mpunga ilikuwa kwa nguvu na urefu na ikawa kama dhahabu.
Siku moja, Kuku Mdogo Mwekundu aliona mpunga imekuwa mbivu. Sasa ilikuwa tayari kukatwa.

The clouds rained and the sun shone. The wheat grew strong and tall and golden.
One day Little Red Hen saw that the wheat was ripe. Now it was ready to cut.

Kuku Mdogo Mwekundu aliwauliza wanyama wengine:
"Nani atanisaidia kukata mpunga?"
"Si mimi," paka alisema, "Nina kazi."
"Si mimi," mbwa alisema, "Nina kazi."
"Si mimi," bata alisema, "Nina kazi."

Little Red Hen called out to the other animals:
"Will anyone help me cut the wheat?"
"Not I," said the cat, "I'm too busy."
"Not I," said the dog, "I'm too busy."
"Not I," said the goose, "I'm too busy."

"Basi nitafanya mwenyewe," Kuku Mdogo Mwekundu alisema.
Alichukua mundu na akakata mpunga yote. Halafu akaufunga kwa bunda.

"Then I shall do it all by myself," said Little Red Hen.
She took a sickle and cut down all the wheat. Then she tied it into a bundle.

Sasa mpunga ilikuwa tayari kupura.
Kuku Mdogo Mwekundu alibeba bunda la
mpunga hadi nyumbani.

Now the wheat was ready to thresh.
Little Red Hen carried the bundle of wheat back to the farmyard.

Kuku Mdogo Mwekundu aliwauliza wanyama wengine:
"Nani atanisaidia kupura mpunga?"
"Si mimi," paka alisema, "Nina kazi."
"Si mimi," mbwa alisema, "Nina kazi."
"Si mimi," bata alisema, "Nina kazi."

Little Red Hen called out to the other animals:
"Will anyone help me thresh the wheat?"
"Not I," said the cat, "I'm too busy."
"Not I," said the dog, "I'm too busy."
"Not I," said the goose, "I'm too busy."

"Basi nitafanya mwenyewe!"
Kuku Mdogo Mwekundu alisema.

"Then I shall do it all by myself!"
said Little Red Hen.

Alipura mpunga siku yote nzima.
Alipomaliza aliuweka kwa mkokoteni.

She threshed the wheat all day long.
When she had finished she put it into her cart.

Sasa ngano ulikuwa tayare kusagwa. Lakini Kuku Mdogo Mwekundu
alikuwa amechoka sana kwa hivyo alienda kwa ghala kwenye
alishikwa na usingizi.

Now the wheat was ready to grind into flour. But Little Red Hen was very
tired so she went to the barn where she soon fell fast asleep.

Asubuhi na mapema Kuku Mdogo Mwekundu
aliuliza wanyama wengine:
"Nani atanisaidia kupeleka ngano kwa mtambo?"
"Si mimi," paka alisema, "Nina kazi."
"Si mimi," mbwa alisema, "Nina kazi."
"Si mimi," bata alisema, "Nina kazi."

The next morning Little Red Hen called out to
the other animals:
"Will anyone help me take the wheat to the mill?"
"Not I," said the cat, "I'm too busy."
"Not I," said the dog, "I'm too busy."
"Not I," said the goose, "I'm too busy."

"Basi nitafanya mwenyewe," Kuku Mdogo Mwekundu alisema.
Alisukuma mkokoteni ukijaa ngano na akaipeleka mpaka mtamboni.

"Then I shall go all by myself!" said Little Red Hen.
She pulled her cart full of wheat and wheeled it all the way to the mill.

Mwenye mtambo alichukua ngano na akaisaga.
Sasa ilikuwa tayari kutengeneza mkate.

The miller took the wheat and ground it into flour.
Now it was ready to make a loaf of bread.

Kuku Mdogo Mwekundu aliwauliza wanyama wengine:
"Nani atanisaidia kupeleka unga ngano kwa mwokaji mikate?"
"Si mimi," paka alisema, "Nina kazi."
"Si mimi," mbwa alisema, "Nina kazi."
"Si mimi," bata alisema, "Nina kazi."

Little Red Hen called out to the other animals:
"Will anyone help me take this flour to the baker?"
"Not I," said the cat, "I'm too busy."
"Not I," said the dog, "I'm too busy."
"Not I," said the goose, "I'm too busy."

"Basi nitafanya mwenyewe," Kuku Mdogo Mwekundu alisema.
Alichukuwa gunia nzito ya unga ngano kwa bekari.

"Then I shall go all by myself!" said Little Red Hen.
She took the heavy sack of flour all the way to the bakery.

Mwokaji mikate alichukuwa unga ngano akachanganya na hamira,
maji, sukari na jumvi. Aliweka mchanganyo kwa jiko na akaoka.
Mkate ulipokuwa tayari alimpa Kuku Mdogo Mwekundu.

The baker took the flour and added some yeast, water, sugar and salt.
He put the dough in the oven and baked it.
When the bread was ready he gave it to Little Red Hen.

Kuku Mdogo Mwekundu alibeba mkate mpya uliooka
mpaka nyumbani.

Little Red Hen carried the freshly baked bread
all the way back to the farmyard.

Kuku Mdogo Mwekundu aliuliza wanyama wengine:
"Nani atanisaidia kula huu mkate mtamu?"

Little Red Hen called out to the other animals:
"Will anyone help me eat this tasty fresh bread?"

"Mimi," mbwa alisema, "Sina kazi."

"I will," said the dog, "I'm not busy."

"Mimi," bata alisema, "Sina kazi."

"I will," said the goose, "I'm not busy."

"Mimi," paka alisema, "Sina kazi."

"I will," said the cat, "I'm not busy."

"Oh, inanibidi nifikirie!" Kuku Mdogo
Mwekundu alisema.

"Oh, I'll have to think about that!" said
Little Red Hen.

Kuku Mdogo Mwekundu aliwaalika mwenye mtambo na mwokaji mikate kula naye mkate mtamu na wanyama wengine watatu wakiangalia tu.

The Little Red Hen invited the miller and the baker to share her delicious bread while the three other animals all looked on.

key words

little	mdogo	clouds	mawingu
red	mwekundu	rain	mvua
hen	kuku	sun	jua
farmyard	nyumbani	ripe	mbivu
farm	shamba	plant	panda
goose	bata	cut	kata
dog	mbwa	sickle	mundu
cat	paka	bundle	bunda
wheat	ngano/mpunga	thresh	pura
busy	nina kazi	grind	saga

maneno muhimu

flour	unga	tasty	tamu
the mill	mtambo	fresh	pya
miller	mwenye mtambo	delicious	tamu sana
ground	alisaga	all	yote
bread	mkate	she	yeye
baker	mwokaji mikate	he	yeye
yeast	hamira		
water	maji		
sugar	sukari		
salt	chumvi		

First published in 2005 by Mantra Lingua

Global House, 303 Ballards Lane London N12 8NP
www.mantralingua.com
Text copyright © 2005 Henriette Barkow
Illustration copyright © 2005 Jago
Dual language text copyright © Mantra Lingua
Audio copyright © 2008 Mantra Lingua
This sound enabled edition published 2014

A CIP record of this book is available from the British Library

Printed in Hatfield,UK FP100414PB0414